కరువులో వాన చినుకు

గోదావరి డాంగే

రచన - రీతిక రేవతి సుబ్రమణ్యాన్

చిత్రాలు - మైత్రి డోరే

అనువాదం - షరయు ఘురియే

KARUVULO VAANA CHINUKU: GODAVARI DANGE

Graphic Novel

Author :
Reetika Revathy Subramanian & Maitri Dore

Translator :
Sharayu Ghurye

First Telugu Edition: January, 2023
Copies: 100

Produced By :
Goethe-Zentrum Hyderabad,
20, Journalist Colony, Rd no.3, Banjara Hills
HYDERABAD – 500034

Published By :
Chaaya Resources Centre
103, Hritha Apartments, A-3, Madhuranagar,
HYDERABAD – 500038
Ph: (040) - 23742711
Mobile: +91-709310 65151
email: chaayaresourcescenter@gmail.com

Publication No.: CRC- 89
ISBN No. 978-93-92968-51-8

Cover and Book Design :
Maitri Dore

Layout Assistance in Telugu:
Kranthi @ 77027 41570

Printed at:
Printone Digital,
45/6, 8th cross, 6th block,
Gubbanna Industrial Estate,
Rajajinagar, Bangalore

Rs.250/-

కరువులో వాన చినుకు

గోదావరి డాంగే

అనువాదం - షరయు ఘురియే

కరువులో వాన చినుకు; గోదావరి డాంగే - రీతిక రేవతి సుబ్రమణ్యన్, మైత్రి డోరేల చిత్రకథ Movements and Moments-Feminist Generations లో భాగంగా రూపుదిద్దుకుంది. ఇది Goethe-Institut Indonesien సౌజన్యం. Goethe-Zentrum Hyderabad ఆర్థిక సాయంతో ఈ అనువాదం వెలువడుతోంది.

ఈ ప్రాజెక్ట్ లక్ష్యం, Global South నుంచి విస్తృత ప్రచారంలో ఉన్న చిత్రకథల ద్వారా స్వదేశీ స్త్రీవాద ఉద్యమ కథలను వివరించడం.

GOETHE INSTITUT

మమ్మల్ని నమ్మి, తన ప్రయాణాన్ని మాతో పంచుకున్నందుకు గోదావరి డాంగేకి మా కృతజ్ఞతలు. ఉస్మానాబాద్‌లోని స్వయం శిక్షణ్ ప్రయోగ్‌లోని గోదావరి అక్క కుటుంబం, స్నేహితులు, సహోద్యోగులకు, వారి సమయం, ఓర్పు, అచంచలమైన ఆతిథ్యానికి ప్రత్యేక ధన్యవాదాలు.

చిత్రకథల ద్వారా కథ చెప్పడం అంత సులభం కాదు. కానీ నాచా వోలెన్‌వైడార్‌తో సంభాషణ, Goethe-Institut Indonesien బృందం సహకారం మాకు గోదావరి అక్క ప్రయాణం, జీవితాన్ని తీసుకురావడానికి దోహదపడ్డాయి.

మరత్వాడా మహిళా రైతులందరికీ ఈ పుస్తకం అంకితం.

పదకోశం

ఆయి: అమ్మ

ఆకు: గోదావరి డాంగే ముద్దు పేరు

బాబా: నాన్న

బచాట్: గాట్: చిన్న మొత్తాల సంఘం/ స్వచ్ఛంద సంస్థ

భాక్రి: జొన్న రొట్టె (పశ్చిమ భారతంలోని గ్రామీణ వర్గాల్లో ఎక్కువగా తింటారు.)

దాదా: అన్న

గుంట: 120 చదరపు అడుగుల భూమి

తాయి: అక్క

తాలూకా: ఉప జిల్లా

మొదటి అధ్యాయం: ప్రారంభం

1960 చివరలో భారత ప్రభుత్వం పాడి భూములను పచ్చని వరి, గోధుమ పంట పొలాలుగా మార్చడానికి కొత్త వ్యవసాయ పద్ధతులను ప్రవేశపెట్టింది.

ఉత్తర భారతదేశంలో పంజాబ్, హర్యానా, ఉత్తరప్రదేశ్‌లలో రైతులు హరితహార విప్లవ విజయంతో సంబరాలు జరుపుకున్నారు.

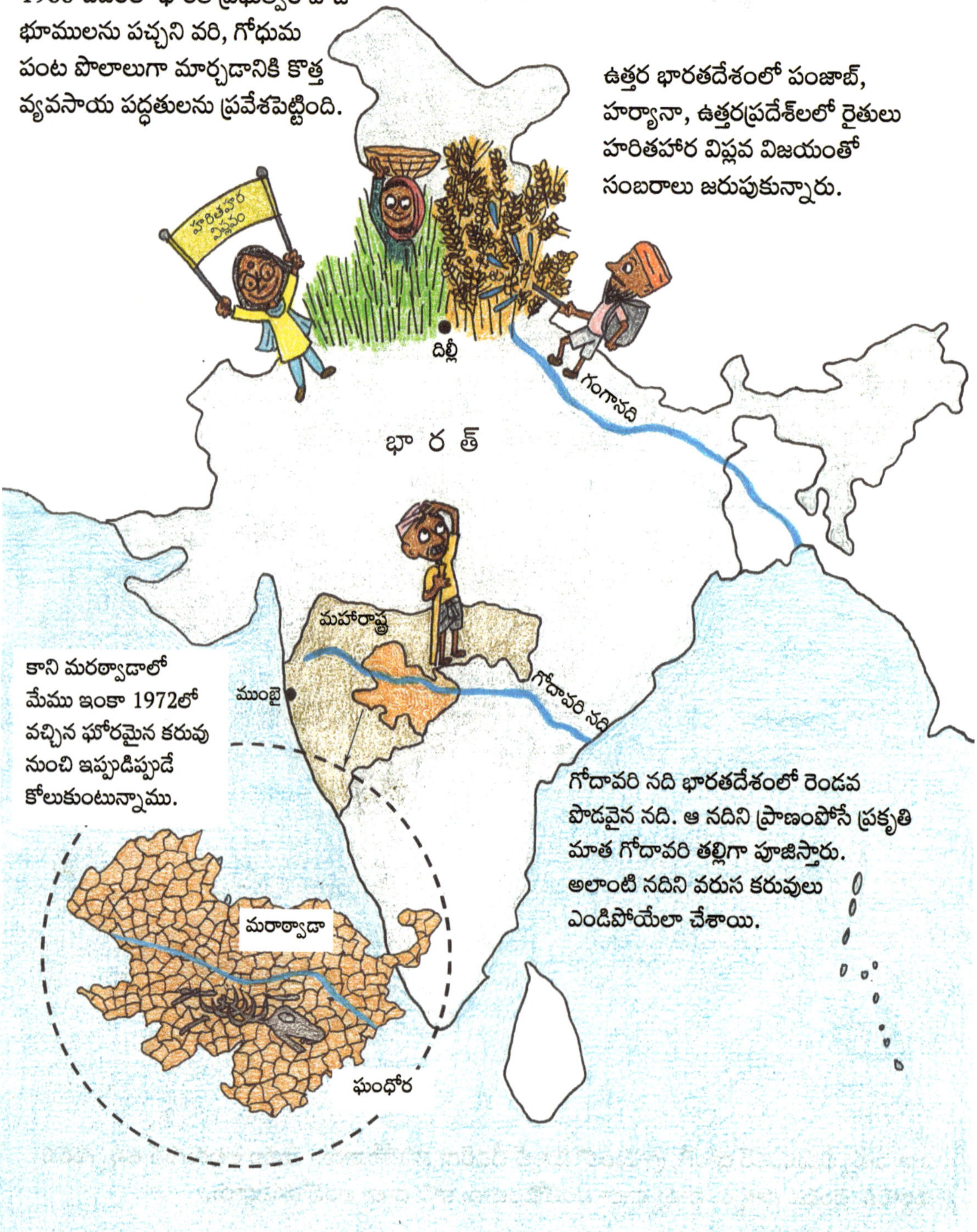

కాని మరత్వాడాలో మేము ఇంకా 1972లో వచ్చిన ఘోరమైన కరువు నుంచి ఇప్పుడిప్పుడే కోలుకుంటున్నాము.

గోదావరి నది భారతదేశంలో రెండవ పొడవైన నది. ఆ నదిని ప్రాణంపోసే ప్రకృతి మాత గోదావరి తల్లిగా పూజిస్తారు. అలాంటి నదిని వరుస కరువులు ఎండిపోయేలా చేశాయి.

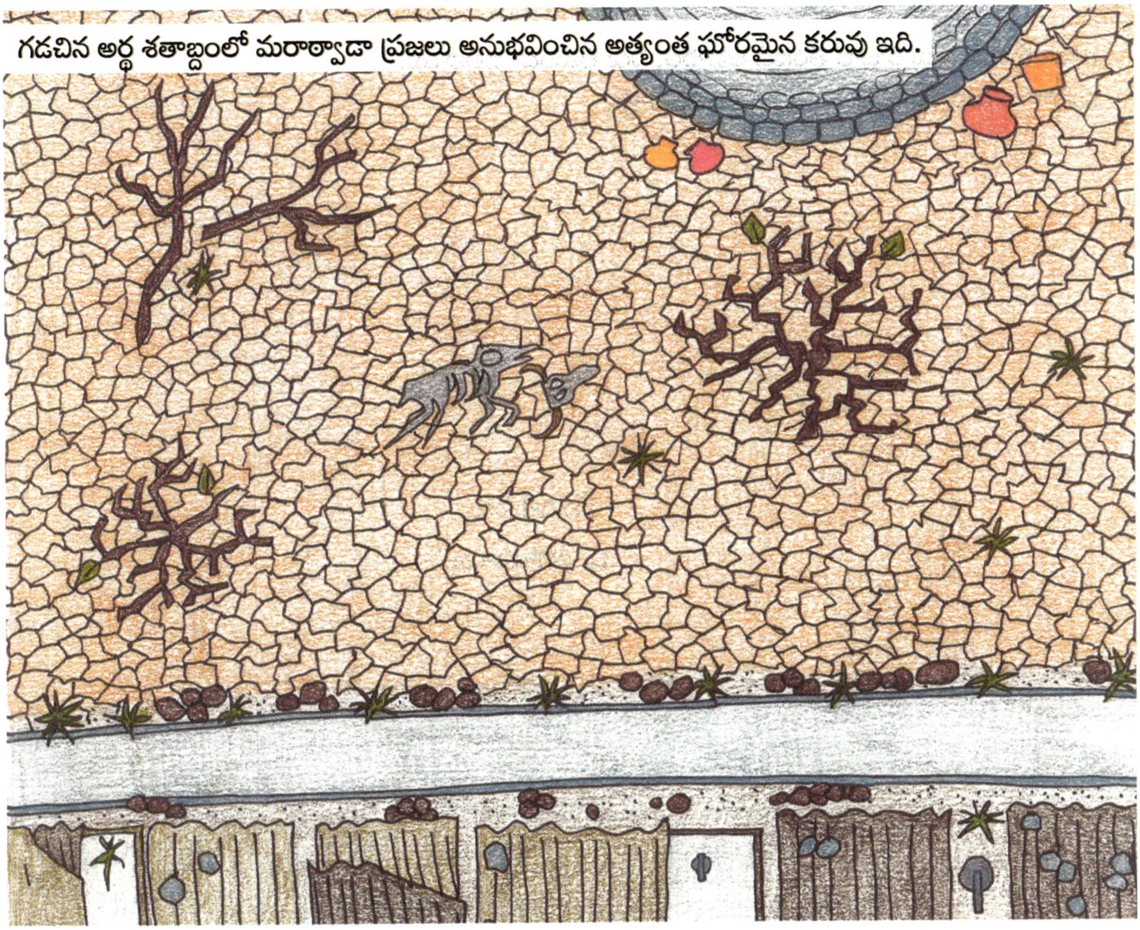
గడచిన అర్ధ శతాబ్దంలో మరాఠ్వాడా ప్రజలు అనుభవించిన అత్యంత ఘోరమైన కరువు ఇది.

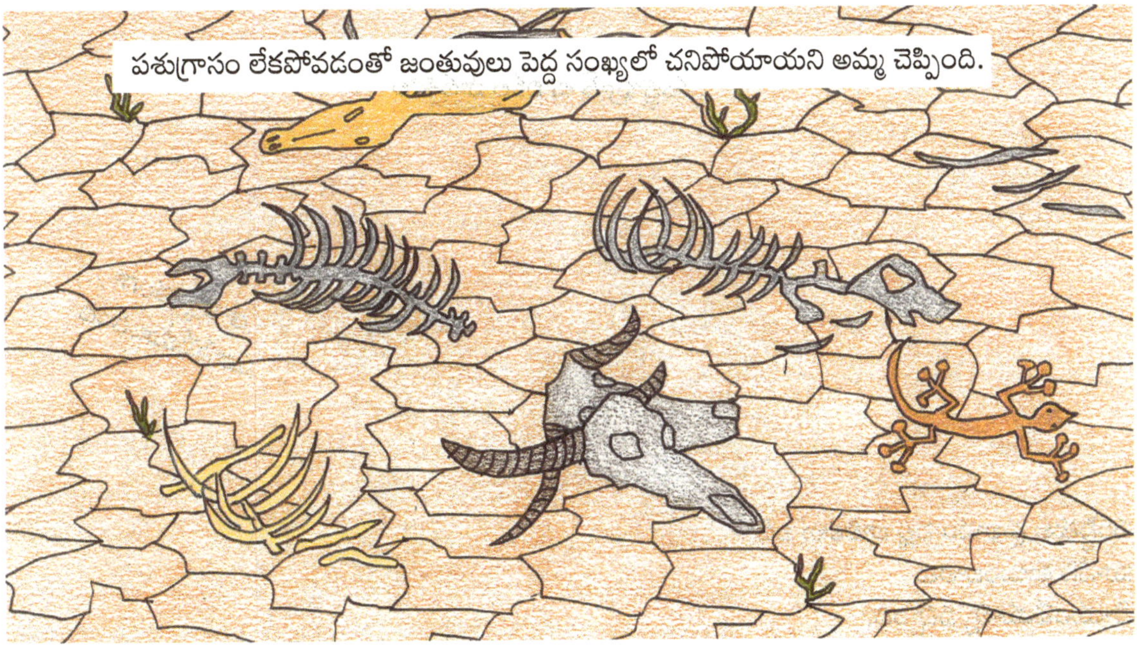
పశుగ్రాసం లేకపోవడంతో జంతువులు పెద్ద సంఖ్యలో చనిపోయాయని అమ్మ చెప్పింది.

పరిస్థితుల ప్రభావం వల్ల బాలికలు బడి మానేసి కుటుంబాలకు సాయంచేయాల్సి వచ్చింది.

తమ పంటలు ఎండిపోయి, ఏ ఆదాయం కనుచూపుమేరలో కనిపించక చిన్నరైతులు, ఎక్కువగా పురుషులు ఉద్యోగాల కోసం పట్టణాలకు వలస పోయారు.

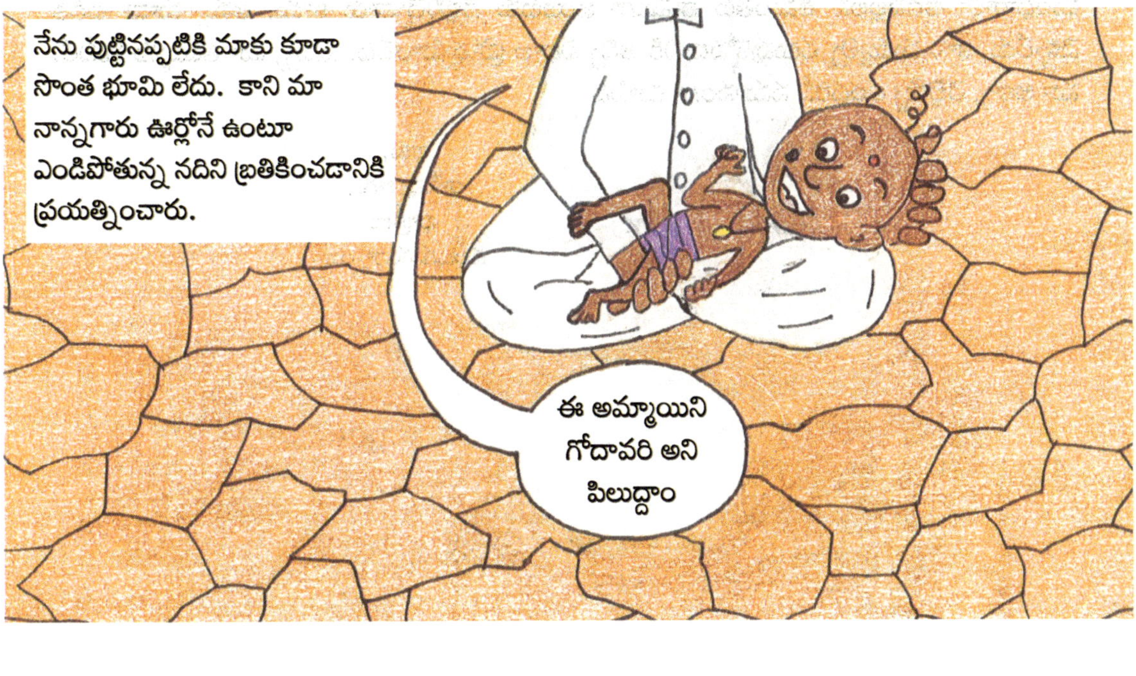

2వ అధ్యాయం: తొలిరోజులు

నాకు బడికి వెళ్లటం ఇష్టం. చరిత్ర నాకు ఇష్టమైన అంశం.

ఘంధోరాలో ఆడపిల్లలని తమంతట తాముగా బయటకు వెళ్లనిచ్చేవారు కాదు. అమ్మ కూడా బడికి వెళ్ళలేదు, కాని మమ్మల్ని చదువుకోవడానికి అన్ని విధాల ప్రోత్సహించేది. నన్ను, మా తమ్ముడు సునీల్, మా అక్కా, చెల్లెళ్ళు అందరినీ సమానంగా చూసేది.

బడి అయిపోయాక అర్చన, నేను ఘంధోర ఊరు చూడటానికి వేళ్ళేవాళ్ళం. అర్చన నాకు మంచి స్నేహితురాలు.
రా పైవరకు ఎక్కుదాం
తనని కొన్ని సార్లు ఒప్పించాల్సి వచ్చేది.
చివరికి నా సాహసోపేతమైన స్ఫూర్తికి లొంగిపోయింది. మేము ఇద్దరం మంచి జట్టుఅయ్యాం.
చాలా వరకు వచ్చేసాం
ఇవాళ ఆమె తుల్జాపూర్‌లో మొట్టమొదటి మహిళా తపాలా అధికారి.
చెట్ల మీది నుంచి మేము పొలాలను చూసేవాళ్ళం.

కింద ఉన్న పచ్చని పొలాలు అగ్రకులాల వాళ్ళకి చెందినవి అని చెప్పడం కష్టం కాదు. మారాత్వాడలో ముఖ్యంగా కరువు ప్రదేశాల్లో పెద్దరైతులు ఎక్కువగా చెరుకు పండిరచేవాళ్ళు. ఈ పంట చాలా ఎక్కువగా నీళ్లు తాగేది.

ఇది ఇలా ఉండగా, పేద రైతులు ఎక్కువగా దళిత వర్గానికి చెందిన వారు. వాళ్ళు చిన్న చిన్న మెట్ట భూములు కలిగి ఉండేవారు. వీరు విఫలమైన ఋతుపవనాలతో చాలా బాధ పడేవారు. దీని వల్ల పంటలు పోయి, అప్పులపాలై, నిరాశ, నిస్పృహతో జీవితాన్ని గడిపేవారు. వాళ్ళు పొదుపుచేసుకున్న డబ్బంతా బోరు బావులు తవ్వడానికి ఖర్చుచేసేవారు.

సునీల్ తరచు మా సాహసకృత్యాలను చెడకొట్టేవాడు.

ఆ ఏడాది కూడా వర్షాలు రాలేదు. మేము రోజు దాదాపు రెండు కిలోమీటర్లు నడిచి నీళ్ళు తేవలసివచ్చేది.

అప్పటికే ఉన్న డబ్బు అంతా కూడా అయిపోవచ్చింది.

అక్క పెళ్ళికి కట్నం కోసం తీసుకున్న అప్పుకూడా పెరిగిపోతోంది.

ఇది చాలదన్నట్టు, నాకు పై తరగతిలో చదవడానికి అవకాశం వచ్చింది. కాని ఆ పాఠశాల వేరే గ్రామంలో ఉంది. అక్కడికి వెళ్ళడానికి బస్సులు లేవు.

3వ అధ్యాయం: తిరిగి పాఠశాలకి

పాఠశాల బయట జీవితం భిన్నంగా ఉండేది. ప్రతిరోజు నేను, మా అక్క, చెల్లితో కలిసి కొండమీది అడవికి ఆవు పేడ, పొయ్యిలోకి కట్టెలు తేవడానికి వెళ్ళేదాన్ని. అమ్మకి కూడా ఇంటి పని చేయడానికి ఎవరో ఒక్కరి తోడు అవసరం అయ్యేది.

నిజంగా నాకు చదువుకోవడానికి తిరిగి బడికి వెళ్ళాలి అనిపించేది, కాని నాకు ఖాళీ సమయం దొరికేది కాదు.

అనిత కులకర్ణి పక్క ఇంటిలోనే ఉండేది, ఆమె ఆధిపత్య బ్రాహ్మణ కులానికి చెందినది. వారి కులంలోని మహిళలను బయటికి పోయి పనిచేయడానికి అనుమతించేవారు కాదు. అయితే ఆవిడ దీనికి భిన్నంగా ఉండేది. ఆమె బలమైన స్వతంత్ర భావాలు కలిగిన మహిళ. ఆమె ట్రాక్టర్ నడిపేది, పొలాలు దున్నేది, పొలంలో పనంతా చేసేది.

ఆమె నాకు మార్గదర్శి అయ్యింది.

కులకర్ణి అక్క సేంద్రియ వ్యవసాయాన్ని అవలంబించేది. గ్రామంలోని చాలా మంది పెద్ద రైతులు చెరుకు, సోయాబీన్ వంటి వాణిజ్య పంటలను మాత్రమే పండిస్తూ లాభానికి అమ్మేవారు. ఆమె నాకు పప్పు ధాన్యాలు, చిరుధాన్యాలు, ఆకుకూరలు పండించడం నేర్పింది. ఆవిడ ఎప్పుడూ హానికరమైన పురుగు మందులు, రసాయన ఎరువులు ఉపయోగించలేదు.

దున్నడం, విత్తనాలు నాటడం, పంట కోయడం వంటి ప్రతి చిన్న సాంకేతిక వివరాలను నేర్చుకుంటూ నేను పొలంలో గంటల తరబడి గడిపేదాన్ని.

ఆమె నాకు రోజుకు ఐదు రూపాయలు ఇచ్చేది. నేను ఆహారం పండించే ప్రతి చిన్న విషయాన్ని మొదటి నుంచి నేర్చుకున్నాను. ఇది నాకు చాలా సరదాగా అనిపించేది.

కానీ ఇది చాలా కష్టమైనపని. కులకర్ణి అక్క, ఇంక మా గ్రామంలోని ఇతర మహిళలు చాలా కష్టపడి పొలాల్లో ఎక్కువ గంటలు గడిపేవారు.

అయినా వారిని రైతులుగా గుర్తించలేదు. గ్రామంలోని పురుషులకి మాత్రమే వ్యవసాయ భూమి ఉండేది. స్త్రీలను రైతు కూలీలుగా మాత్రమే చూసేవారు.

అయినప్పటికి, పంట గింజల్ని అన్నంలా మా కంచంలో చూసుకున్నప్పుడు సంతోషం కలిగేది. మేము ఇకపై సంత నుండి కూరగాయలు, ధాన్యాలు కొనుగోలు చేయవలసిన అవసరంలేదు.

4వ అధ్యాయం: నా సొంత కుటుంబం

తర్వాత మూడేళ్ళు కులకర్ణి అక్కతో కలిసి పనిచేశాను. 1994లో ఒకరోజు సునీల్ నన్ను పొలాల్లోంచి హఠాత్తుగా పిలిపించాడు.

మరుక్షణంలో నా చుట్టూ 25 కొత్త ముఖాలు ఉన్నాయని నాకు అర్థమైంది. నా కంటే పదేళ్ళు పెద్దవాడైన శ్రీధర్ క్షీరసాగర్‌తో నాకు పెళ్లి చేశారు. అప్పుడు నా వయస్సు 16ఏళ్లు. నేను ఘంధోరను, కులకర్ణి అక్క పొలాన్ని వదిలి వెళ్ళవలసివచ్చింది.

కొత్త ఇంట్లో నా జీవితం చాలా భిన్నంగా ఉంది. నా భర్త పెద్ద ఉమ్మడి కుటుంబంలో ఉండేవాడు. నాకు రోజులు ముందుగా ప్రారంభమై, ఆలస్యంగా ముగిసేవి. అదే మా ఘంధోరాలో అయితే, మేము భోజనం కలిసి తినేలా అమ్మ చూసుకునేది. కానీ ఇక్కడ పురుషులు, మగ పిల్లలు ఎప్పుడూ మొదట తినేవారు.

ఇంక స్త్రీలు మిగిలిన వాటితో సరిపెట్టుకోవాల్సి వచ్చేది. దీని అర్థం తరచూ ఖాళీ కడుపులతో నిద్రపోవడం.

కాని నా భర్త ప్రేమతో చూసుకునేవారు.
ఇదిగో ఈ భాక్రి ముక్క తిను
మేము కలిసి ఉన్న నాలుగు సంవత్సరాలలో మా చిన్న ప్రపంచాన్ని నిర్మించుకున్నాము. మాకు ఇద్దరు కొడుకులు శుభం, సుశాంత్.
కాని అలా చూస్తుండగానే హతాత్తుగా 1998లో నా జీవితం నిలిచిపోయింది. శ్రీధర్ ఒక రోడ్డు ప్రమాదంలో మరణించారు.
ఆయి, బాబా ఎక్కడ?

5వ అధ్యాయం: మళ్ళీ ప్రారంభం

చూస్తుండగానే సంవత్సరం గడిచిపోయింది. నా వయస్సు 21, ఒక తల్లిని, పడుచు వితంతువుని.

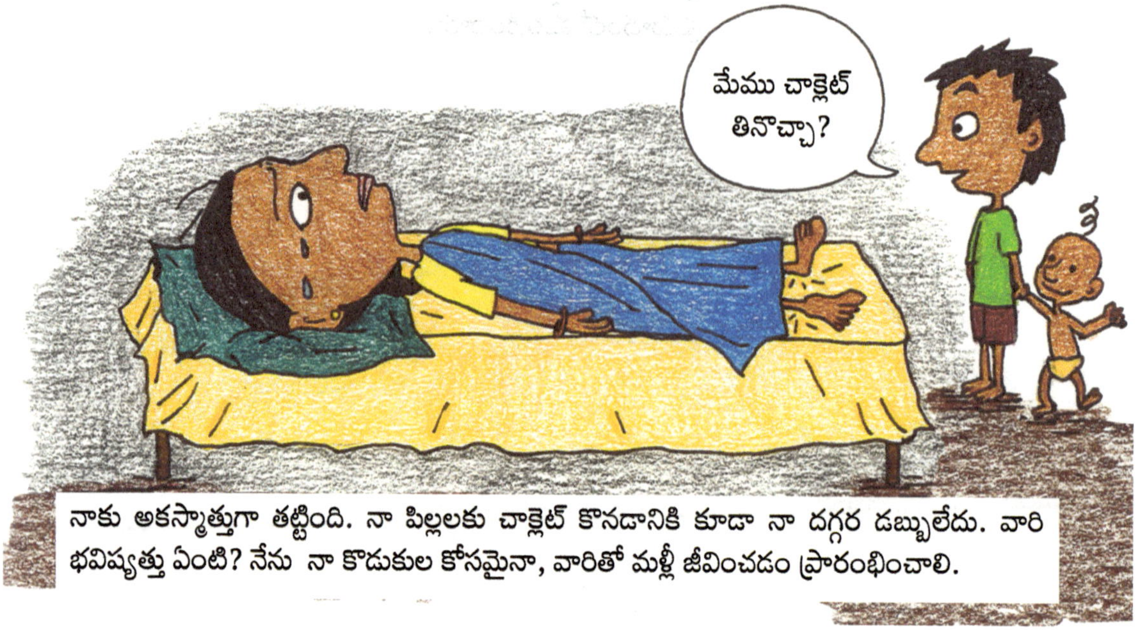

నాకు అకస్మాత్తుగా తట్టింది. నా పిల్లలకు చాక్లెట్ కొనడానికి కూడా నా దగ్గర డబ్బులేదు. వారి భవిష్యత్తు ఏంటి? నేను నా కొడుకుల కోసమైనా, వారితో మళ్లీ జీవించడం ప్రారంభించాలి.

అమ్మ, ఘంధోరాలోని మహిళల చిన్న మొత్తాల సంఘంలో సభ్యురాలు. ఈ సంఘం 1993లో మరాఠ్వాడాలో భూకంపం తరువాత ఏర్పడింది. ఆ భూకంపంలో దాదాపు 10,000 మంది చనిపోయారు. మరెంతో మంది ఇళ్ళు, జీవనోపాధి కోల్పోయారు. కరువుతో మహిళలు తీవ్ర ఇబ్బందులు పడ్డారు. ఒక రోజు మధ్యాహ్నం నసిమ్ అక్క మా ఊరిలో మహిళలతో సమావేశాన్ని ఏర్పాటు చేసింది.

నేను ఆ మహిళలు మాట్లాడటం విన్నప్పుడు నాకు ఒక విషయం స్పష్టమైంది. నేను ఒంటరి కాదు అని.

నా కొద్దిపాటి చదువు ఇప్పుడు అక్కరకు వచ్చింది. కాని సంఖ్యలతో కొంచెం ఇబ్బంది పడ్డాను.

కొంత కాలం గడిచేటప్పటికి కూడికలు, తీసివేతలు నేర్చుకున్నాను. మిగతా మహిళలతో మాట్లాడటం వలన వాళ్ళు చెప్పేది వినడం వలన నేను జీవితంలో కొత్తగా ఆలోచించడం నేర్చుకున్నాను, జీవితానికి ఒక అర్థం తెలిసింది.

6వ అధ్యాయం: ప్రయోగశాల నుండి పొలానికి

2007లో మరత్వాడా మరో కరువు బారిన పడింది. వ్యవసాయానికి నీరు తక్కువగా ఉండేది. ధనిక రైతులు వాణిజ్య పంటలను పండించాలనే తీవ్ర ప్రయత్నాలలో మరింత లోతుగా బోర్ బావులను తవ్వించడం ప్రారంభించారు. నిరుపేద స్త్రీలు ఆకలి, నష్టాలు, అనిశ్చిత పరిస్థితులతో నిండిన మరొక సంవత్సరం వైపు నిరాశతో చూస్తున్నారు.

అక్కడ ఉండే స్త్రీలకి ఆహార పంటలు పండించమని నచ్చచెప్పటం కష్టంగా ఉండేది. వాళ్ళ భర్తలు కనీసం అర్ధ ఎకరమైనా ఈ పంటల కోసం ఇవ్వడానికి నిరాకరించేవారు. ఎలాంటి ప్రశ్నలూ లేకుండా నన్ను నమ్మే ఒకే ఒక వ్యక్తి నా మంచి స్నేహితురాలు అర్చన మాత్రమే.

అర్చన తన భూమిలో కొన్ని పప్పులు, చిరుధాన్యాలు, ఆకు కూరలతో సహా మిశ్రమ పంటలను పండించడం ప్రారంభించింది. తక్కువ నీటితో అవి బాగా పెరిగాయి.

ఈ విషయం తెలియడంతో చాలా మంది మహిళలు వారి వారి చిన్న చిన్న భూములలో ఇటువంటి పంటలు పండించడానికి ముందడుగు వేసారు.

తరచు మేము ప్రభుత్వానికి చెందిన ఉస్మానాబాద్ కృషి విజ్ఞాన కేంద్రం నుండి శాస్త్రవేత్తలను ఆహ్వానించేవాళ్ళం. ఈ శాస్త్రవేత్తలు తక్కువ నీళ్ళతో ఎక్కువ పంట వచ్చే వ్యవసాయ విధానాలని బోధించేవారు. రైతులు వాళ్ళ పొలాల్లో వివిధ రకాల మొక్కలకు బిందుసేద్యం ద్వారా నీటిని అందించడం మొదలు పెట్టారు.

ఇంక ఈ కరువు అంటే ఈ మహిళారైతులకి భయంలేదు. ప్రయోగశాల నుండి పొలానికి అన్న నమూనా తిరిగి మంచి ఫలితాలు ఇవ్వడం కళ్ళ ముందు కనబడింది.

చాలా సంవత్సరాలు ప్రయోగాలు చేసిన తరువాత చివరికి మేము స్థానిక వాతావరణ పరిస్థితులకు అనుగుణంగా మహిళలకు ఉన్న సామాజిక ఒత్తిడిలని పరిగణలోకి తీసుకుని కొత్త నమూనా తయారు చేసాము. ఒక ఎకరం నమూన తక్కువ కాలపరిమితి కలిగిన, కరువుకి పాడవకుండా పెరిగే 36 రకాల పంటలు- ఆకుకూరలు, పప్పులు, చిరు ధాన్యాల- అర ఎకరం నుండి ఒక ఎకరం భూమిలో కూడా పండించవచ్చు. పండించేటట్టుగా కాలనికి అనుగుణంగా వివిధ రకాలైన విత్తనాలని ఎంచుకున్నాము. మా లక్ష్యం ఏంటిఅంటే అందరికి ఆహారం సంవత్సరం పొడుగునా అందించటం.

అయితే ఇది అందరి మహిళలకి అంత సులభం కాలేదు. ఎందుకు అంటే చాలా మంది ఇంకా అగ్రకుల గ్రామ పెద్దల్ని, మద్దతు ఇవ్వని ప్రభుత్వ అధికార వ్యవస్థలని, భార్యలని అన్ని రకాల వేధించే భర్తలను ఎదుర్కోవలసి ఉండేది.

7వ అధ్యాయం: ఇంకా నది ప్రవహిస్తోంది

ఈ ఒక ఎకరం నమున 2012లో పరీక్షకు గురికాబడింది. గత 40 సంవత్సరాలలో రానటువంటి ఘోరమైన కరువు మరాత్వాడా అనుభవించింది. వ్యవసాయానికి, కనీసం త్రాగటానికి కూడా ఒక్క చుక్క నీరు లేకుండా పోయింది. మేమంతా ప్రభుత్వ నీటి సరఫరా ట్యాంకర్ల మీద నీళ్ళు అమ్మేటటువంటి వారిమీద ఆధారపడవలసి వచ్చింది. ప్రతిరోజు ఒక సవాలే.

ఈ నీటి కొరత మధ్య వాణిజ్య పంటలు సాగు చేస్తున్న రైతులు ఘోరంగా విఫలమయ్యారు. నీరు లేకుండా, చెరుకు పంట వాడిపోవడం, చనిపోవడం ప్రారంభించింది. అప్పుల బాధతో వేలాది మంది రైతులు ఆత్మహత్యలు చేసుకున్నారు. మా మహిళా రైతులు మాత్రం నిలదొక్కుకున్నారు.

మహిళలు స్థానిక నాయకులవ్వడం నాకు చాలా ఆనందాన్ని ఇచ్చింది. ఆ మహిళలు ఇతర మహిళలకి వాళ్ళు స్వంతంగా ఈ ఒక ఎకరా నామూనాని ఆచరించడానికి ప్రభావితం చేసారు. ఆహారపంటల యొక్క ప్రాముఖ్యత ముఖ్యంగా కరువు కాలంలో ఎంత ప్రాముఖ్యమో గ్రహించి మహిళా రైతులకి మద్దతు ఇవ్వడం మొదలుపెట్టారు. ఈ మహిళలను ప్రభుత్వ రాయితీలతో, విధానాలతో ఇంకా రైతు సంఘాలతో జోడించారు. దీని వలన మహిళలకి పొదుపు మొత్తాలు సమకూరాయి.

ఇంక క్రమంగా కేవలం ఆరుగురు రైతులతో 2007లో మొదలైన ఈ ప్రక్రియ ఇప్పుడు 60,000 మహిళారైతులకి చేరింది.

ఈ నమూనా స్థానికంగా విజయం సాధించడం వలన నా అనుభవాన్ని ప్రపంచవ్యాప్తంగా ఉన్న ఎన్‌జీఓ నాయకులు కార్యకర్తలతో పంచుకున్నాను.

గడచిన 10 ఏళ్లలో నేను 17 దేశాలు తిరిగాను. విమానం ఎక్కిన ప్రతిసారీ ఆకాశంలోంచి ఘంధోరాలోని పొలాల్ని చూసినప్పుడు పచ్చగా కనిపిస్తాయి. ఇది కేవలం మహిళారైతులు చేసినటువంటి యుద్ధమే.

కోవిడ్ -19 మహమ్మారి మనని తాకినప్పుడు, రాష్ట్రాల సరిహద్దులు మూసివేసినప్పుడు బజార్‌లు మూసివేసారు. ఆకలి, నిస్పృహ పెరిగిపోయాయి. ఆహారపంటలు కొనేవారు లేక, పెద్దరైతులు భారీగా నష్టపోయారు.

మహిళలు మాత్రం అధైర్యపడలేదు. వాళ్ళ ఒక ఎకరా భూముల వల్ల పండించినటువంటి ఆహార పంటలు వాళ్ళ కుటుంబాలకి పోషక ఆహారం ఇచ్చాయి. కొంతమంది మహిళలు ఎక్కువగా మిగిలిన పంటని స్థానిక టోకు వర్తకులకి లాభాలకి విక్రయించారు కూడా. విజయలక్ష్మి సఖి ఉత్పత్తి సంస్థలో వాటా దారులుగా, పురుషాధిక్య వ్యవస్థలో కూడా సరైన ధర కోసం బేరాలు కూడా చేసారు.

మనం చాలా దూరం వచ్చాం. కాని ఇంకా చాలా యుద్ధాల్లో విజయం సాధించాల్సి ఉంది. ఈ ఒక ఎకరా నమూనా ప్రతి గ్రామానికి చేరాలి. ప్రతి కుటుంబంలోని మహిళలు భూస్వాములుగా, ఉత్పత్తి దారులుగా గుర్తించబడాలి. వీరు ప్రతి దగ్గరా ఉండాలి. కలిస్తే ఏది అసాధ్యం కాదు.

నా పేరు గోదావరి. నేను ఆ నదిలా ఎప్పటికీ ప్రవహిస్తూనే ఉంటాను.